அன்பின் ஊற்று

கீர்த்தி தங்கமுத்து

Copyright © Keerthi Thangamuthu
All Rights Reserved.

This book has been self-published with all reasonable efforts taken to make the material error-free by the author. No part of this book shall be used, reproduced in any manner whatsoever without written permission from the author, except in the case of brief quotations embodied in critical articles and reviews.

The Author of this book is solely responsible and liable for its content including but not limited to the views, representations, descriptions, statements, information, opinions and references ["Content"]. The Content of this book shall not constitute or be construed or deemed to reflect the opinion or expression of the Publisher or Editor. Neither the Publisher nor Editor endorse or approve the Content of this book or guarantee the reliability, accuracy or completeness of the Content published herein and do not make any representations or warranties of any kind, express or implied, including but not limited to the implied warranties of merchantability, fitness for a particular purpose. The Publisher and Editor shall not be liable whatsoever for any errors, omissions, whether such errors or omissions result from negligence, accident, or any other cause or claims for loss or damages of any kind, including without limitation, indirect or consequential loss or damage arising out of use, inability to use, or about the reliability, accuracy or sufficiency of the information contained in this book.

Made with ♥ on the Notion Press Platform
www.notionpress.com

பொருளடக்கம்

1. அத்தியாயம் 1 — 1
2. அத்தியாயம் 2 — 2
3. அத்தியாயம் 3 — 3
4. அத்தியாயம் 4 — 4
5. அத்தியாயம் 5 — 5
6. அத்தியாயம் 6 — 6
7. அத்தியாயம் 7 — 7
8. அத்தியாயம் 8 — 8
9. அத்தியாயம் 9 — 9
10. அத்தியாயம் 10 — 10
11. அத்தியாயம் 11 — 11
12. அத்தியாயம் 12 — 12
13. அத்தியாயம் 13 — 13
14. அத்தியாயம் 14 — 14
15. அத்தியாயம் 15 — 15
16. அத்தியாயம் 16 — 16
17. அத்தியாயம் 17 — 17
18. அத்தியாயம் 18 — 18
19. அத்தியாயம் 19 — 19
20. அத்தியாயம் 20 — 20
21. அத்தியாயம் 21 — 21
22. அத்தியாயம் 22 — 22
23. அத்தியாயம் 23 — 23
24. அத்தியாயம் 24 — 24

பொருளடக்கம்

25. அத்தியாயம் 25	25
26. அத்தியாயம் 26	26
27. அத்தியாயம் 27	27
28. அத்தியாயம் 28	28
29. அத்தியாயம் 29	29
30. அத்தியாயம் 30	30
31. அத்தியாயம் 31	31
32. அத்தியாயம் 32	32
33. அத்தியாயம் 33	33
34. அத்தியாயம் 34	34
35. அத்தியாயம் 35	35
36. அத்தியாயம் 36	36
37. அத்தியாயம் 37	37
38. அத்தியாயம் 38	38
39. அத்தியாயம் 39	39
40. அத்தியாயம் 40	40
41. அத்தியாயம் 41	41
42. அத்தியாயம் 42	42
43. அத்தியாயம் 43	43
44. அத்தியாயம் 44	44
45. அத்தியாயம் 45	45
46. அத்தியாயம் 46	46
47. அத்தியாயம் 47	47
48. அத்தியாயம் 48	48

பொருளடக்கம்

49. அத்தியாயம் 49	49
50. அத்தியாயம் 50	51
51. அத்தியாயம் 51	52
52. அத்தியாயம் 52	53

அத்தியாயம் 1

இறந்தகாலத்தில் சிக்கிக்கொண்டு
நிகழ்காலத்தில் நினைவுகளை
சுமந்து கொண்டு
எதிர்காலம் என்னவென்று புரியாமல்
கேள்விக் குறிகளைக் கொண்டு
காலங்கள் மட்டும்
கடந்து போய்க்கொண்டு இருக்கின்றதே...

அத்தியாயம்2

துக்கம் இருந்தால் தூக்கம் வராது
தூக்கம் வந்தால் துக்கம் தெரியாது
மனமோ ஒரு குரங்கு
தினமும் ஒரு கவலை
தாவித்தாவி வருகின்றதே
பல கவலைகளே துக்கமாக
தூக்கத்தை விரட்டுகின்றதே...!

அத்தியாயம் 3

காதல் தோழியே
தோழி என்ற வார்த்தை
மறக்கவில்லை
உன்னை போல் ஒருத்தி
யாரும் இல்லை
உன் அழகான அன்புக்கு முன்னால்
வேறு எதுவும் தெரியவில்லை
எனக்குள்ளே எப்போது நுழைந்தாய்
என்று புரியவில்லை.....!

அத்தியாயம் 4

வெட்கச் சிரிப்பில் சில நொடிகள்
தோன்றி மறையும் உயிர்க்குழி
அது தோன்றும் போது நிலை தவிர
வசியம் செய்யும் மாயப்பொறி
அதில் தவறி விழுந்து புதுமை கண்டேனோ
உயிர் மேலும் நிலையே
கேள்விக் குறி ஆனதோ...!

அத்தியாயம் 5

பாடும் பறவைகள் கீதத்தில்
பாயும் நதியின் ஓட்டத்தில்
ஆடும் மயிலின் ஆட்டத்தில்
கடலின் அலை ஓசையில்
புல்வெளியின் பூஞ்சோலையில்
பசு மரத்தின் இலைகளில்
மண்ணின் நடமாடும் விலங்குகளில்
எண்ணில்லா தாவரங்களில் என்று
இயங்கும் இயக்கம் எல்லாம்
இயக்கப் படுபவையே...!

அத்தியாயம் 6

காற்றின் மௌனம் வெப்பமானதே
மழையின் மௌனம் வறட்சியானதே
தெளிவின் மௌனம் குழப்பமானதே
சுவையின் மௌனம் அருவருப்பானதே
சுடரின் மௌனம் இருளானதே
சுவாசத்தில் மௌனம் மரணமானதே

அத்தியாயம் 7

மழையின் வருகை
வரட்சியெல்லாம் போக்கிடவே
வருவாய்
ஏற்றத்தோடு முடிவெடுத்தே
அருள்வாய்
உள்ளமெல்லாம் குளிர்ந்திடவே
திரள்வாய்
நாற்றிசையும் செழித்திடவே
பொழிவாய்....!

அத்தியாயம் 8

பத்து மாதம் சிறையில் இருந்த என்னை
உலகிற்கு கொண்டு வந்தவள்
உலகம் என்னும் பிரபஞ்சத்துக்கு என்னை
அறிமுகம் செய்தவள்
அவளுடைய தாய்ப்பாலால் எனக்கு முதல்
ரத்ததானம் செய்தவள்
தேவதையாக ஒரு உருவம் கொண்டவள் அம்மா..!

அத்தியாயம் 9

கா என்று கரையும் காகம்
கீ என்று கொஞ்சம் கிளி
கூ என்று கூவும் குயில்
மா என்று அழைக்கும் பசு
ஊ என்று ஊளையிடும் நரி
இவை எல்லாம் எங்கே
தமிழ் படித்ததோ..!

அத்தியாயம் 10

சிரிப்பழகி
உன் முத்துச்சிரிப்பில்
சிறகடித்துப் பறந்தேனடி சிங்காரப்
பல் வரிசையில் சென்றேனடி
சொர்க்கம் வரை...

அத்தியாயம் 11

என்னவளை ஒரு நாள்
கண்டேன் இதயத்தை
தொலைத்தேன் அவள்
இதயத்தை கொள்ளை கொள்ள
நானும் கள்வனானேன்
இறுதிவரை இக்கள்வன்
களவாண்ட பாடு இல்லையே...

அத்தியாயம் 12

உன் பேச்சில் நான்
ஊமையானேனடி...
கைபேசியில் கதைக்க மட்டும் அல்ல
காதலிக்க கற்றுத்தந்தவளும் நீயே...
உன் குரலில் குறுகினேன்
குறுங்கள்வனாக...

அத்தியாயம் 13

கால் வைத்த நாள் முதல்
காட்சியில் உனை இரசித்தேன்...
கல்லூரி வாழ்வின் கடைசியில்
கண்கள் முழுதும் கண்ணீராய்...
உன்னுடன் கழித்த நிமிடங்கள்
எல்லாம் கனவாய் மாறும் பபோத
கவலைகள் எனைக்
கொல்லை கொல்லுதே கல்லூரியே...

அத்தியாயம்14

அவள் மொழி
உன் பேச்சில்
ஒரு மாற்றம் நடக்கிறதே என்னுளே...
ஏதோ ஒரு களவு
உன் பேச்சில் மட்டும்...

அத்தியாயம் 15

உன் பேச்சை விடக்
காற்றில் ஆடும் கடைசிநுனித் தாவணி
தரணியைக் கொள்ளைகொள்ளுமடி...
இந்த ஒற்றை சுகம் போதுமே
வாழ்வின் மதிப்பினை
அன்புடன் இணைத்திடுமே...

அத்தியாயம் 16

மனதில் கணம் குறைய
கைகள் ஏனோ உனைத் தேடியது...
உன் ஸ்பரிசம் நுகர்ந்ததும்
கணமெல்லாம் காணாமல் போனதே...

அத்தியாயம் 17

கால் விரல்களில் காதலித்தது
அந்தக்காலம்
கண் விழிகளில் காதலித்தது
அந்தக்காலம்
காற்றிலேயே காதலிப்பது
இந்தக்காலம்
கடைசியில் மிஞ்சுவதோ
காற்று மட்டுமே...

அத்தியாயம் 18

என் வீட்டில் அடுப்பெரிய
திணறும் போதும்
என் கால்கள் செல்லும் போது
அருகில் வரும் வறியவனின்
கையில் இடும் ஒரு நாணயம்
மட்டுமே என் நெஞ்சின் ஈரம்...
அலுவலக வேலைக்கு
அரை நொடி தாமதம் என்று
சிந்தனை பறக்க நான் செல்லும் போது
சிறு விபத்தில் காயம் அடைந்தவனுக்காக
என் கால்கள் ஒரு நொடி நிற்பதுதான்
என் நெஞ்சின் ஈரம்....
அருகில் இல்லை
என்றறிந்தும் அன்பின் அதிகரிப்பில் அழுகையில் என் நெஞ்சின் ஈரம்......

அத்தியாயம் 19

மூன்றெழுத்தில் கவிதை ஒன்று
முது மொழியாய் வாழுதிங்கே
தாய் தமிழும் தரணி வென்று
முதன்மை மொழி ஆனதிங்கே
காப்பியங்கள் ஐந்துண்டு
எண்ணில்லா செய்யுளுண்டு
உலகிற்கே மறையுண்டு
கரை கடந்தும் வெற்றியுண்டு
களஞ்சியத்து செல்வமென
இனப் பெருமை கொழிக்குது
மேலும் - எண்ணில்லா யுகங்கள் பல
அழியாது நிலைப்பது!!!

அத்தியாயம் 20

வெண்மேகம் மறைய
கருமேகம் சூழ
இடியொலி முழங்க
மின்னலொளி கண்பறிக்க
அலறியது குழந்தை
அதை கண்டு மனமுடைந்தது வானம்
பொழிகிறது கண்ணீரை
மழைநீராய்...

அத்தியாயம் 21

அம்மா என்னும் மூன்றெழுத்து
அப்பா என்னும் மூன்றெழுத்து
காதல் என்னும் மூன்றெழுத்து
இவை உதிக்கும் கருவறையே
அன்பு என்னும் மூன்றெழுத்து...

அத்தியாயம் 22

இருள் அரசன் உதயமாக..
வாவல் படையுடன் வலம் வர..
பறவைகளின் கீச்சொலி அடங்கிப்போக
கன்றுகள் அஞ்சி பசுவிடம் ஒன்றிப்போக
இருள் ஒழிந்து ஒளிபெற
சுடர் பகவானின் அருள் ஒளியைப் பெற்று
அரவணைக்க வந்தாள் மதியவள்
விண்மீன் படையுடன்
மண்ணுலகிற்கு அரணாக...

அத்தியாயம் 23

உன் விழி என்னும் ஆழியில்
மூழ்கி எனை மறந்து போக..
சினம் கொண்ட என் மனமோ
சிறை வைத்தது உன்னை..
காதல் என்ற பெயரில்..
என்னை உன்னுள் மூழ்கச் செய்த
குற்றத்திற்காக.

அத்தியாயம்24

இயற்கை அன்னை முத்தமிட்டாள்
தென்றலாய் என்னை..
அறிவிழந்த ஆரறிவினர்
அரக்கர்களாய் அழித்தனர் அவளை..
இல்லாத அறிவினைக் கொண்டு
அவளது ஆக்கத்தை தொடர நினைக்க..
விடையாய் கிடைத்ததோ வெப்பம் மட்டுமே..
வெப்பம் என் மனதை சுட்டது போலும்
கண்ணில் கண்ணீர் கசிந்துருக
ஏங்கி நின்றேன்
அன்னையவளின்
ஒற்றை முத்தத்திற்காக...

அத்தியாயம் 25

சத்தத்தால் எச்சரித்து
அன்பு முத்தத்தால்
இரத்தம் எடுக்கும்
கூவத்து செல்லபிள்ளையவள்..
தாய்மை என்ற வரத்திற்காக ஏங்கி
சுயநலமாக குருதி குடித்து
கொன்று குவித்தாள் மனிதர்களை
கொடியவள் அவள்..
கொசு என்ற நாமம் கொண்டவள் அவள்..

அத்தியாயம்26

இறுதி ஊர்வலம் செல்லும் முன்
இறுதியாக உன்னிடம்
ஓர் வேண்டுகோள்..
உன் இதயத்திற்காக..
காதலிக்க அல்ல..
என் கல்லறையில்
ஒரு கருங்கல் குறைகிறது...

அத்தியாயம்27

அன்பு என்னும் பேனாவில்
பண்பு என்னும் மையூற்றி
பாசம் கொண்டு எழுதுகிறேன்
நேசம் கொண்ட கள்வனுக்காக..
காணமுடியா தூரத்தில் நாம்..
காணவிருக்கிறோம்
இதுவரை காணாத ஒரு உறவை..
நம்மை என்னுள் உணரும் தருணம்
கண்களில் கண்ணீர் வழிய நான்
உன்னைக் காண ஏங்கி..
கண்ணில் காதல் செய்ய இயலவில்லை
கடிதத்தில் காதல் செய்கிறேன்
நம்மை உன்னுள் உணர்வதற்காக...

அத்தியாயம் 28

உயிரைப் புசித்தல்
பாவம் என்று பழித்தானோ
இறைவன்..
மீனை உண்பதால்
பரிகாரம் செய்கிறது கொக்கு
ஒற்றைக் காலில் நின்று ..

அத்தியாயம் 29

மின்னலின் வேகம் என்னிடம்
என்றது சிறுத்தை..
ஆயிரம் பலம் என்னிடம்
என்றது களிறு..
பாயும் திறமை என்னிடம்
என்றது வேங்கை..
ராஜ தந்திரம் என்னிடம்
என்றது நரி..
யாவும் தன்னை பெருமை பேசி
அரசன் நானென்று கூச்சலிட
அவ்வடர்ந்த காட்டில்
அண்டமே அதிர
முழங்கினான் அவன்..
வனத்தின் கொற்றவன்..

அத்தியாயம் 30

காந்தத்தின் ஈர்ப்பு விசையை
புகழ்ந்த மாந்தர்கள்
அறியவில்லை போலும்..
அவளின் கயல்விழியின்
ஈர்ப்பு விசைக்கு
காந்த சக்தியும் அவள் முன்
மண்டியிடுமென்று..

அத்தியாயம் 31

அந்த இரவின் நிசப்தத்தில்
தன் இணையான இடியரசனை காணாது
பசலை நோய் கண்டாள் மின்னலவள்..
அதை அறிந்துகொண்ட அக்கள்வனோ
அவனவளின் துயர் துடைக்க
ஒலி எழுப்பி தன் இருப்பிடத்தை உணர்த்த
மகிழ்ச்சியின் உச்சத்தில் அவள்..
ஒளிவெள்ளமாய்..
மண்ணுலகில் மின்னல்கீற்று..

அத்தியாயம்32

சிக்கலான சமூகத்தில்
சிக்கிக்கொண்டு
சிதைக்கப்படுகின்ற
வர்க்கம் அது
ஆண் அவன் ஆதிசிவனாக
பெண் அவள் பராசக்தியாக
அவனும் அவளும் சரிபாதியாக நின்ற
அர்த்தனாதிஸ்வரரோ
அர்த்தமற்று போயினார்
மனிதமற்ற மனிதர்களால்
மனிதன் என்ற
அங்கீகாரம் கூட புறக்கணிக்கப்பட்டு..

அத்தியாயம்33

நொடிக்கு ஒரு முறை
முத்தமிட்டு சென்றாள்
ஆழியவள்..அலைகளாய்..
நெருப்பு பிழம்பையும்
தன்னுள் புதைத்துக்கொண்டாள்..
நம்மை சுட்டுவிடுமென்று..
பேராசை கொண்ட மனித மனமோ
அன்னையவளை அழிக்க நினைக்க
அவதாரம் எடுத்தாள்..
ஆங்காரம் கொண்டவளாய்..
அலைகள் ஆழிபேரலையாய்...

அத்தியாயம் 34

நொடிக்கு ஒரு முறை
முத்தமிட்டு சென்றாள்
ஆழியவள்..அலைகளாய்..
நெருப்பு பிழம்பையும்
தன்னுள் புதைத்துக்கொண்டாள்..
நம்மை சுட்டுவிடுமென்று..
பேராசை கொண்ட மனித மனமோ
அன்னையவளை அழிக்க நினைக்க
அவதாரம் எடுத்தாள்..
ஆங்காரம் கொண்டவளாய்..
அலைகள் ஆழிபேரலையாய்...

அத்தியாயம் 35

தாலாட்டு பாடவில்லை
தன்மையாய் பேசவில்லை
தவறென்றால் தண்டனை பேசும்
பணமென்றால் யோசனை பேசும்
கண்ணீர் வற்றிய கண்கள்
வறுமை மறைக்கும் சட்டைப்பை
வலிகள் மறைக்கும் கடுமை
உதித்தது எண்ணம்
இவர் கொண்டது இதயமா பாறையா என்று..
வளர்ந்த பின்பே அறிந்தேன்
இவர் கல் அல்ல..
வாழ்க்கை என்னும் உழியில்
செதுக்கிய சிற்பம் என்று...

அத்தியாயம் 36

வெயில் கண்டது இல்லை
உடலில் வெப்பம் கண்டேன்
வெளிச்சம் கண்டது இல்லை
பயம்மில்லா இருளைக் கண்டேன்
உணவைக் கண்டது இல்லை
வளமான வாழ்வு கண்டேன்
நீரைக் கண்டது இல்லை
280 நாட்கள் நீந்தக் கண்டேன்..
உலகம் பார்த்தது இல்லை
உள்ளம் துள்ளக் கண்டேன்..
யாருமில்லா இருட்டறையில்..
தனிமையின் இனிமையில்
வாழ்வின் ஓர் சொர்க்கம்
தாயின் கருவறை..

அத்தியாயம் 37

கண்கள் இரண்டும்
பட்டாம்பூச்சியாய்..
கைகள் இரண்டும்
வேர்வை ஊற்றாய்..
உன் முன் மட்டும்..
வார்த்தையில்லா ஊமையாய்..
என் மௌன மொழி
உன்னை சேர்ந்ததா என்ற தவிப்புடன்..
மொழிபெயர்த்து விட்டேன்
என்று சொல்லி செல்லும்
உன் கள்ளப்பார்வையில்
கட்டுண்டு கள்ளுண்ட
வண்டாய் மயங்குகிறேன்
காதலில் கரையச் செய்த கள்வனே...

அத்தியாயம்38

அவள் இதயம்
ஒவ்வொருவரும் இறந்த
பின்பு புதைக்கப்படுவார்கள்
ஆனால் நானோ!
இறக்கும் முன்னே
புதைக்கப்பட்டேன் இந்த
பாழாய் போன காதலால்
அவள் இதயத்தில்!...

அத்தியாயம் 39

அவள் முகம்
செம்மண்ணு நிலத்துல
செடி ஒன்னு முளைச்சிருக்கு
அதுல செங்குருதி நிறத்துல
பூ ஒன்று பூத்திருக்கு
அதுபோல ஊமுகமோ
அப்பப்போ சிவந்திருக்கும்
சிலநேரம் வெட்கத்துல
சில நேரம் கோபத்துல

அத்தியாயம்40

கண்ணாடி போன்று
என் மனது — பல
பிம்பங்கள் விழுந்து
போயிருக்கும்
என்னடி நீயும் பெண்மணியே
பிம்பமாய் விழுந்து போகாமல்
பிம்பத்தால் நெஞ்சம் எடைகூட
நானும் ஏக்கத்தால்
உடல் மெலிகின்றேன்
எந்நாளும்
கவிதை வடிக்கின்றேன்

அத்தியாயம் 41

அவள் அழகு
அள்ளச் சிந்தும் அழகின்
உருவில் அவளும்
அதை காகிதம் மீது
பேனா வரியாக எழுதும்
அழகை எண்ணி வரிகள்
எழுத நானும் - ஒரு
முடிவே இல்லா கவிதை
இங்கே தொடரும்....

அத்தியாயம் 42

அவள் இருப்பு
நீ பேசும் வார்த்தைகள்
எனக்குள்ளே அகராதி
என்னாளும் மறையாதே
நீ எந்தன் சரிபாதி
நான் பாரா நேரத்தில்
நீ என்னை பார்ப்பாயோ?
நீ பாரா நேரத்தில்
நான் உன்னை ரசிக்கின்றேன்
உன்னோடு பேசையிலே
என் இமைகள் அசையாது
பிறர் கூறும் வார்த்தைகளை
என் செவிகள் கேட்காது
நீ போகும் வழியெல்லாம்
என் கண்கள் உன் பின்னால்
நீ இல்லாத நேரத்திலும்
உன் முகமே கண்முன்னால்
நான் எழுதும் கவிதைகளோ
உன் நினைவை வைத்துத்தான்
நான் வாழும் நொடியெல்லாம்
உன்னோடு இருக்கத்தான்...

அத்தியாயம்43

நீயும் நானும்
முள் நான் மலர் நீ
பணி நான் சுடர் நீ
காற்று நான் முகில் நீ
ஆறு நாள் கடல் நீ
மௌனம் நான் வார்த்தை நீ
இமைகள் நான் கண்கள் நீ
இருள் நான் ஒளி நீ
சிலை நான் சிற்பி நீ
கவிஞன் நான் கவி நீ
உடல் நான் உயிர் நீ....

அத்தியாயம் 44

அவள் பேச்சு
மணிமணியாய் வார்த்தை கொண்டு
மணிக்கணக்காய் பேசிக் கொண்டு
மடத்தனமாய் விளையாடிய
நாட்களும் போய்
கேள்விக்கு பதில் சொல்லும்
தேர்வை போல் ஆனது
உரையாடல்....

அத்தியாயம்45

நீ பலமுறை வெறுத்தாலும்
உன்னை வெறுக்காதவள்
உன் சிறு முக சுழிப்பும்
பொறுக்காதவள்
உன் சிரிப்பில் மட்டும்
சிரிக்கின்றவள்
நீ அழுதால் தவிக்கின்றவள்
உன் பசியறிந்து உணவளிப்பவள்
உடன் பாசம் ஊட்டியவள்
முதல் பார்த்ததும் அவள்
முதல் கோபமும் அவள்
முதல் காதலும் அவள்
என்றும் முதல் அவள்
அம்மா!...

அத்தியாயம் 46

நடைபாதை புற்கள் எல்லாம்
பாதத்தின் எதிரிகள் அல்ல
சொற்களால் உயிரைக் கொல்ல
மீண்டும் துளிர மனம்
புற்களும் அல்ல...

அத்தியாயம் 47

அவள் மனம்
அவள் மனது
நிலவின் மறுபக்கம்
பூலோகத்தால் பார்க்க முடியாத
விஞ்ஞானத்தால் நெருங்க
முடியாத ஒன்று...
சாதாரண ஆண் என்னால்
எப்படி முடியும்?...

அத்தியாயம் 48

அவள் வழிப்பாதை
மரம் உதிர்க்கும்
இலைகள் எல்லாம்
சருகாகும்
அதை உதறி
விழுந்த காய்கனி
எல்லாம் மரமாகும்
நீ உதறிச்செல்ல
உன் வழி நானும்
தூசாகுவேன்
உன்னை விலகிச் சென்றும்
என் உயிர்
உன்னிடம் நிலையாகுமே
ஊனும் உரமாகுமே...

அத்தியாயம்49

ஒருதலையாக காதலித்துப்பார்
தூக்கம் தொலைந்துவிடும்
நிகழ்வு மறந்துவிடும்
பல கனவுகள் பிறப்பெடுக்கும்
புது உணர்வுகள் உருவெடுக்கும்
முகம் பொலிவடையும்
உற்சாகத்தில் தலைகால் தெரியாது
உறவுகள் மறந்துவிடும்
உண்மை பொய் தெரியாது...
நாட்கள் விரைவாகும்
விடுமுறை வெறுப்பாகும்
காதுகள் கூர்மையாகும்
கால்கள் முயல்கள் ஆகும்
விழிகள் தேடிக் கொண்டே இருக்கும்
இருட்டிலும் பார்வை வரும்
கண்களுக்கு எதுவும் புலப்படாது
அவளைத் தவிர...
தினமும் பிறப்பாய்
ஏங்கியே மடிவாய்
அடிக்கடி வெட்கப்படுவாய்
அவள் முகம் பார்க்க தயங்குவாய்
கண்ணாடி முன் பேசி நிற்பாய்
உன்னை நீ ரசிப்பாய்...

கவலையையும் நேசிப்பாய்
காற்றில் மிதவையாவாய்
இயற்கையை வர்ணிப்பாய்
திங்களை நோட்டமிடுவாய்
நீ ரசிகனாவாய்!....
கைகள் மெட்டுப்போடும்
காதல் ராகம்கேட்கும்
தினம் புன்னகை மலர்ந்திருக்கும்
ஒரு பித்தைப்போல் சுற்றுவாய்
சிந்தனை பெருக்கெடுக்கும்
நீ வைரமுத்தாவாய்!....

அத்தியாயம் 50

திங்களும் உன்னை கண்டு திகைத்திடும்
செவ்வானம் கூட இலக்கணம் மறந்திடும்
நீ பிறந்த இந்நாளிலே பிறையும் தோன்றிட
பின்வாங்கும் உன் அழகைக் கண்டு வெட்கத்தில்
இனிய பிறந்தநாள் வாழ்த்துக்கள்
தங்கமே....

அத்தியாயம்51

ஜனனம் தோன்றி
மரணம் வரை
நீ என்னுடன் இல்லையெனிலும்
அன்று நீ தந்த காதலே(அன்பு)
இன்றும் நான் வாழ
காரணமாக..!!!

அத்தியாயம்52

ஆயிரம் வினா வினவியும்
ஏதும் கூறவில்லை
இருப்பினும் பதில் அறிந்தேன்
அவனின் ஒற்றை கண்ணசைவில்
எவரிடத்திலும் இல்லாத ஒருவித ஈர்ப்பு
அவனின் பார்வையில்..!!!

www.ingramcontent.com/pod-product-compliance
Lightning Source LLC
La Vergne TN
LVHW092059060526
838201LV00047B/1470
9798888835012